Năm Phút Yên Tĩnh

Jill Murphy

This edition published in 1995 by Magi Publications, in association with
Star Books International, 55 Crowland Avenue, Hayes, Middx UB3 4JP

First Published in Great Britain in 1986 by Walker Books Ltd, London

Printed and bound in Italy by L.E.G.O., Vicenza

ISBN 1 85430 361 9

Five Minutes' Peace

Jill Murphy

Translated by My and Van Tang

MAGI PUBLICATIONS

London

Bọn trẻ đang ăn sáng.
Đây không phải là một dấu hiệu hay lắm.

The children were having breakfast.
This was not a pleasant sight.

Bà Large lấy một chiếc khay ở trong tủ ra. Bà xếp vào đó một
ấm trà, một bình sữa, bộ tách trà mà bà thích nhất, một đĩa bánh
mì nướng phết mứt và một cái bánh còn thừa từ hôm qua.
Bà nhét tờ báo buổi sáng vào trong túi và lẻn đi về phía cửa.

Mrs Large took a tray from the cupboard. She set it
with a teapot, a milk jug, her favourite cup and saucer,
a plate of marmalade toast and a leftover cake from yesterday.
She stuffed the morning paper into her pocket and sneaked
off towards the door.

"Mẹ bê khay đó đi đâu đấy?" Laura hỏi.
"Đi vào nhà tắm," bà Large trả lời.
"Tại sao vậy?" hai đứa trẻ kia hỏi.
"Tại vì mẹ muốn năm phút yên tĩnh không bị *các con* quấy rầy," bà Large đáp. "Đó là lý do tại sao."

"Where are you going with that tray, Mum?" asked Laura.
"To the bathroom," said Mrs Large.
"Why?" asked the other two children.
"Because I want five minutes' peace from *you* lot," said Mrs Large. "That's why."

"*Chúng con* đi theo được không?" Lester hỏi trong khi bọn trẻ kéo theo lên cầu thang sau bà.

"Không," bà Large đáp, "không được."

"Vậy *chúng con* nên làm gì?" Laura hỏi.

"Các con có thể chơi," bà Large trả lời. "Ở dưới nhà. Tự chơi ở đó. Và trông em bé."

"Con *đâu phải* là em bé," cậu út làu bàu.

"Can *we* come?" asked Lester as they trailed up the stairs behind her.

"No," said Mrs Large, "you can't."

"What shall *we* do then?" asked Laura.

"You can play," said Mrs Large. "Downstairs. By yourselves. And keep an eye on the baby."

"I'm *not* a baby," muttered the little one.

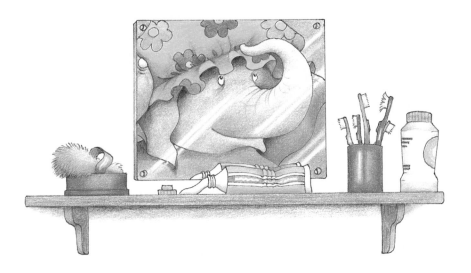

Bà Large vặn một bể tắm đầy và nóng. Bà đổ nửa chai xà phòng
tắm vào, chụp cái mũ lên đầu và chèo vào. Bà rót một tách trà và nằm
ngả người xuống, mắt nhắm lại.
Bà thấy thật là tuyệt diệu.

Mrs Large ran a deep, hot bath. She emptied half a bottle of
bath-foam into the water, plonked on her bath-hat and got in.
She poured herself a cup of tea and lay back with her eyes closed.
It was heaven.

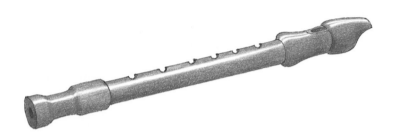

"Con thổi mẹ nghe khúc nhạc của con nhé?" Lester hỏi.
Bà Large mở mắt ra. "Con bắt buộc phải thổi bây giờ à?" bà hỏi.
"Con đang tập thổi," Lester đáp. "Mẹ bảo con tập mà. Được
không mẹ? Chỉ *một* phút thôi."
"*Rồi*, thổi đi," bà Large thở dài. Thế là Lester thổi. Cậu ta thổi
khúc "Lấp Lánh, Lấp Lánh, Ngôi Sao Nhỏ" ba lần rưỡi.

"Can I play you my tune?" asked Lester.
Mrs Large opened one eye. "Must you?" she asked.
"I've been practising," said Lester. "You told me to. *Can* I?
Please, just for *one* minute."
"Go *on* then," sighed Mrs Large. So Lester played. He played
"Twinkle, Twinkle, Little Star" three and a half times.

Rồi Laura vào. "Con đọc cho mẹ nghe một trang sách tập đọc của con nhé?" cô bé hỏi.
"*Không*, Laura." bà Large trả lời. "Mau lên, *tất cả* các con, xuống nhà."
"Mẹ đồng ý cho Lester thổi khúc nhạc của anh ấy," Laura nói.
"Con nghe thấy mà. Mẹ quí anh ấy hơn con. Như vậy không công bằng."
"Này, đừng có vớ vẩn, Laura," bà Large nói. "*Đấy* thì đọc đi. Chỉ một trang thôi." Thế là Laura đọc. Cô bé đọc bốn trang rưỡi trong cuốn "Cô Bé Choàng Mũ Đỏ".

In came Laura. "Can I read you a page from my reading book?" she asked.
"*No*, Laura," said Mrs Large. "Go on, *all* of you, off downstairs."
"You let Lester play his tune," said Laura. "I heard. You like him better than me. It's not fair."
"Oh, don't be silly, Laura," said Mrs Large. "Go *on* then. Just *one* page." So Laura read. She read four and half pages of "Little Red Riding Hood".

Rồi cậu út vào, mang theo đầy một vòi đồ chơi.
"Cho *mẹ* đấy!" cậu ta vừa tươi cười vừa liệng hết vào bể tắm.
"Cám ơn con yêu quí," bà Large yếu ớt đáp.

In came the little one with a trunkful of toys.
"For *you!*" he beamed, flinging them all into the bath water.
"Thank you, dear," said Mrs Large weakly.

"Cho con xem tranh hoạt họa trong báo, được không mẹ?" Laura hỏi.
"Mẹ cho con cái bánh kia được không?" Lester hỏi.
"Cho con vào bể tắm với mẹ nhé?" Cậu út hỏi. Bà Large rên rỉ.

"Can I see the cartoons in the paper?" asked Laura.
"Can I have the cake?" asked Lester.
"Can I get in with you?" asked the little one. Mrs Large groaned.

Rốt cuộc thì chúng *đều* trèo vào. Cậu út vội đến mức quên không cởi bộ đồ ngủ ra.

In the end they *all* got in. The little one was in such a hurry that he forgot to take off his pyjamas.

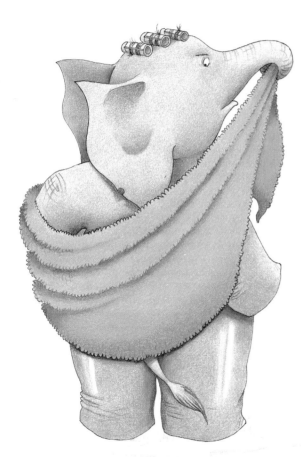

Bà Large trèo ra. Bà lau khô người, mặc áo choàng ngủ
vào và tuốt ra cửa.
"*Giờ* mẹ đi đâu đấy, Mẹ?" Laura hỏi.
"Đi vào bếp," bà Large trả lời.
"Tại sao vậy?" Lester hỏi.
"Tại mẹ muốn năm phút yên tĩnh không bị *các con*
quấy rầy," bà Large đáp. "Đó là lý do tại sao."

Mrs Large got out. She dried herself, put on her
dressing-gown and headed for the door.
"Where are you going *now*, Mum?" asked Laura.
"To the kitchen," said Mrs Large.
"Why?" asked Lester.
"Because I want five minutes' peace from *you* lot,"
said Mrs Large. "That's why."

Rồi bà đi xuống nhà và được yên tĩnh ở đó được ba phút bốn mươi năm giây trước khi tất cả bọn trẻ kéo vào.

And off she went downstairs, where she had three minutes and forty-five seconds of peace before they all came to join her.